Aa

MW01014056

áo

(shirt)

Ăă

ăm em bé

(holding a baby)

Ââ

ấm nước

(kettle)

Bb

con **b**ướm

(butterfly)

Cc

con cá

(fish)

Dd

dưa hấu

(watermelon)

Đđ

đôi dép
(sandals)

Ee

chim én
(swallow bird)

Ê ê

con ếch

(frog)

Gg

con **g**ấu

(bear)

Hh

hoa hồng
(rose)

Ii

im lặng
(quiet)

K k

con **k**iến

(ant)

Ll

con **l**ợn

(pig)

Mm

con **mèo**

(cat)

Nn

Núi lửa

(volcano)

O o

con ong

(bee)

Ôô

ô tô

(car)

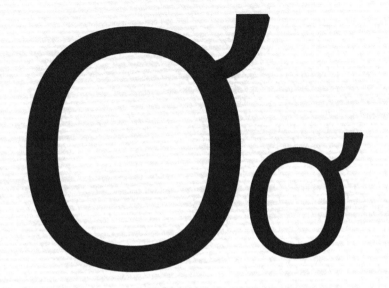

quả ớt
(chili)

P p

đèn pin
(flashlight)

quả quít
(tangerine)

R r

con **r**ùa

(turtle)

S s

cá **s**ấu

(crocodile)

T t

quả táo

(apple)

Uu

đôi ủng

(boots)

Ưư

chim ưng

(falcon)

Vʋ

con **vịt**
(duck)

Xx

xe đạp
(bicycle)

Yy

y tá

(nurse)

Giỏi Quá!
(Great Job!)

Made in the USA
Las Vegas, NV
12 March 2024

87084734R00019